Ple

Y

–